CONCEPT

It's scientifically shown that people who practise gratitude are happier as well as more optimistic, helpful, empathetic, and successful.
Get involved in this experiment. You will soon feel the first positive changes.

FIND 3 THINGS FOR WHICH YOU ARE THANKFUL FOR IN YOUR LIFE EVERYDAY. TRY TO AVOID REPETITIONS.

What 3 people in life am I thankful for?

_____

My monthly target:

_____
_____
_____

Who can I support and how:

_____
_____
_____

What do I want to release?

_____
_____
_____

I would like to say thank you to...

_____
_____
_____

Today I am thankful for...   DATE   /   /

1 _____
2 _____
3 _____

Today I am thankful for...   DATE   /   /

1 _____
2 _____
3 _____

Today I am thankful for...   DATE   /   /

1 _____
2 _____
3 _____

Today I am thankful for...   DATE   /   /

1 _____
2 _____
3 _____

Today I am thankful for... DATE / /

1 _____
2 _____
3 _____

Today I am thankful for... DATE / /

1 _____
2 _____
3 _____

Today I am thankful for... DATE / /

1 _____
2 _____
3 _____

A special moment this week:

Today I am thankful for...   DATE / /

1 _____
2 _____
3 _____

Today I am thankful for...   DATE / /

1 _____
2 _____
3 _____

Today I am thankful for...   DATE / /

1 _____
2 _____
3 _____

Today I am thankful for...   DATE / /

1 _____
2 _____
3 _____

Today I am thankful for...   DATE / /

1 _____
2 _____
3 _____

Today I am thankful for...   DATE / /

1 _____
2 _____
3 _____

Today I am thankful for...   DATE / /

1 _____
2 _____
3 _____

A special moment this week:

Today I am thankful for... DATE   /   /

1 _____
2 _____
3 _____

Today I am thankful for... DATE   /   /

1 _____
2 _____
3 _____

Today I am thankful for... DATE   /   /

1 _____
2 _____
3 _____

Today I am thankful for... DATE   /   /

1 _____
2 _____
3 _____

Today I am thankful for...   DATE / /

1 _____
2 _____
3 _____

Today I am thankful for...   DATE / /

1 _____
2 _____
3 _____

Today I am thankful for...   DATE / /

1 _____
2 _____
3 _____

A special moment this week:

Today I am thankful for...   DATE / /

1 _____
2 _____
3 _____

Today I am thankful for...   DATE / /

1 _____
2 _____
3 _____

Today I am thankful for...   DATE / /

1 _____
2 _____
3 _____

Today I am thankful for...   DATE / /

1 _____
2 _____
3 _____

Today I am thankful for... DATE / /

1 _____
2 _____
3 _____

Today I am thankful for... DATE / /

1 _____
2 _____
3 _____

Today I am thankful for... DATE / /

1 _____
2 _____
3 _____

A special moment this week:

What memory of my childhood am I thankful for?

_____

My monthly target:

_____
_____
_____

Who can I support and how:

_____
_____
_____

What do I want to release?

_____
_____
_____

I would like to say thank you to...

_____
_____
_____

Today I am thankful for...   DATE / /

1 _____
2 _____
3 _____

Today I am thankful for...   DATE / /

1 _____
2 _____
3 _____

Today I am thankful for...   DATE / /

1 _____
2 _____
3 _____

Today I am thankful for...   DATE / /

1 _____
2 _____
3 _____

Today I am thankful for... DATE / /

1. _____
2. _____
3. _____

Today I am thankful for... DATE / /

1. _____
2. _____
3. _____

Today I am thankful for... DATE / /

1. _____
2. _____
3. _____

A special moment this week:

Today I am thankful for...   DATE / /

1 _____
2 _____
3 _____

Today I am thankful for...   DATE / /

1 _____
2 _____
3 _____

Today I am thankful for...   DATE / /

1 _____
2 _____
3 _____

Today I am thankful for...   DATE / /

1 _____
2 _____
3 _____

Today I am thankful for...   DATE / /

1 _____
2 _____
3 _____

Today I am thankful for...   DATE / /

1 _____
2 _____
3 _____

Today I am thankful for...   DATE / /

1 _____
2 _____
3 _____

A special moment this week:

Today I am thankful for... DATE   /   /

1 _____
2 _____
3 _____

Today I am thankful for... DATE   /   /

1 _____
2 _____
3 _____

Today I am thankful for... DATE   /   /

1 _____
2 _____
3 _____

Today I am thankful for... DATE   /   /

1 _____
2 _____
3 _____

Today I am thankful for...   DATE   /   /

1 _____
2 _____
3 _____

Today I am thankful for...   DATE   /   /

1 _____
2 _____
3 _____

Today I am thankful for...   DATE   /   /

1 _____
2 _____
3 _____

A special moment this week:

Today I am thankful for... DATE / /

1 _____
2 _____
3 _____

Today I am thankful for... DATE / /

1 _____
2 _____
3 _____

Today I am thankful for... DATE / /

1 _____
2 _____
3 _____

Today I am thankful for... DATE / /

1 _____
2 _____
3 _____

Today I am thankful for...   DATE / /

1 _____
2 _____
3 _____

Today I am thankful for...   DATE / /

1 _____
2 _____
3 _____

Today I am thankful for...   DATE / /

1 _____
2 _____
3 _____

A special moment this week:

What place that I have traveled am I thankful for?

My monthly target:

_____

_____

_____

Who can I support and how:

_____

_____

_____

What do I want to release?

_____

_____

_____

I would like to say thank you to...

_____

_____

_____

Today I am thankful for...   DATE / /

1 _____
2 _____
3 _____

Today I am thankful for...   DATE / /

1 _____
2 _____
3 _____

Today I am thankful for...   DATE / /

1 _____
2 _____
3 _____

Today I am thankful for...   DATE / /

1 _____
2 _____
3 _____

Today I am thankful for... DATE / /

1 _____
2 _____
3 _____

Today I am thankful for... DATE / /

1 _____
2 _____
3 _____

Today I am thankful for... DATE / /

1 _____
2 _____
3 _____

A special moment this week:

Today I am thankful for...   DATE   /   /

1 _____
2 _____
3 _____

Today I am thankful for...   DATE   /   /

1 _____
2 _____
3 _____

Today I am thankful for...   DATE   /   /

1 _____
2 _____
3 _____

Today I am thankful for...   DATE   /   /

1 _____
2 _____
3 _____

Today I am thankful for...   DATE / /

1 _____
2 _____
3 _____

Today I am thankful for...   DATE / /

1 _____
2 _____
3 _____

Today I am thankful for...   DATE / /

1 _____
2 _____
3 _____

A special moment this week:

Today I am thankful for... DATE   /   /

1 _____
2 _____
3 _____

Today I am thankful for... DATE   /   /

1 _____
2 _____
3 _____

Today I am thankful for... DATE   /   /

1 _____
2 _____
3 _____

Today I am thankful for... DATE   /   /

1 _____
2 _____
3 _____

Today I am thankful for...   DATE / /

1 _____
2 _____
3 _____

Today I am thankful for...   DATE / /

1 _____
2 _____
3 _____

Today I am thankful for...   DATE / /

1 _____
2 _____
3 _____

A special moment this week:

Today I am thankful for...   DATE / /

1 _____
2 _____
3 _____

Today I am thankful for...   DATE / /

1 _____
2 _____
3 _____

Today I am thankful for...   DATE / /

1 _____
2 _____
3 _____

Today I am thankful for...   DATE / /

1 _____
2 _____
3 _____

Today I am thankful for...   DATE   /   /

1 _____
2 _____
3 _____

Today I am thankful for...   DATE   /   /

1 _____
2 _____
3 _____

Today I am thankful for...   DATE   /   /

1 _____
2 _____
3 _____

A special moment this week:

What smell am I thankful for?

My monthly target:

_____
_____
_____

Who can I support and how:

_____
_____
_____

What do I want to release?

_____
_____
_____

I would like to say thank you to...

_____
_____
_____

Today I am thankful for... DATE   /   /

1 _____
2 _____
3 _____

Today I am thankful for... DATE   /   /

1 _____
2 _____
3 _____

Today I am thankful for... DATE   /   /

1 _____
2 _____
3 _____

Today I am thankful for... DATE   /   /

1 _____
2 _____
3 _____

Today I am thankful for...   DATE   /   /

1 _____
2 _____
3 _____

Today I am thankful for...   DATE   /   /

1 _____
2 _____
3 _____

Today I am thankful for...   DATE   /   /

1 _____
2 _____
3 _____

A special moment this week:

Today I am thankful for... DATE / /

1 _____
2 _____
3 _____

Today I am thankful for... DATE / /

1 _____
2 _____
3 _____

Today I am thankful for... DATE / /

1 _____
2 _____
3 _____

Today I am thankful for... DATE / /

1 _____
2 _____
3 _____

Today I am thankful for... DATE / /

1 _____
2 _____
3 _____

Today I am thankful for... DATE / /

1 _____
2 _____
3 _____

Today I am thankful for... DATE / /

1 _____
2 _____
3 _____

A special moment this week:

Today I am thankful for...   DATE   /   /

1 _____
2 _____
3 _____

Today I am thankful for...   DATE   /   /

1 _____
2 _____
3 _____

Today I am thankful for...   DATE   /   /

1 _____
2 _____
3 _____

Today I am thankful for...   DATE   /   /

1 _____
2 _____
3 _____

Today I am thankful for...   DATE / /

1 _____
2 _____
3 _____

Today I am thankful for...   DATE / /

1 _____
2 _____
3 _____

Today I am thankful for...   DATE / /

1 _____
2 _____
3 _____

A special moment this week:

Today I am thankful for...   DATE   /   /

1 _____
2 _____
3 _____

Today I am thankful for...   DATE   /   /

1 _____
2 _____
3 _____

Today I am thankful for...   DATE   /   /

1 _____
2 _____
3 _____

Today I am thankful for...   DATE   /   /

1 _____
2 _____
3 _____

Today I am thankful for... DATE   /   /

1 _____
2 _____
3 _____

Today I am thankful for... DATE   /   /

1 _____
2 _____
3 _____

Today I am thankful for... DATE   /   /

1 _____
2 _____
3 _____

A special moment this week:

What knowledge am I thankful for?

My monthly target:

_____
_____
_____

Who can I support and how:

_____
_____
_____

What do I want to release?

_____
_____
_____

I would like to say thank you to…

_____
_____
_____

Today I am thankful for... DATE   /   /

1 _____
2 _____
3 _____

Today I am thankful for... DATE   /   /

1 _____
2 _____
3 _____

Today I am thankful for... DATE   /   /

1 _____
2 _____
3 _____

Today I am thankful for... DATE   /   /

1 _____
2 _____
3 _____

Today I am thankful for...   DATE / /

1 _____
2 _____
3 _____

Today I am thankful for...   DATE / /

1 _____
2 _____
3 _____

Today I am thankful for...   DATE / /

1 _____
2 _____
3 _____

A special moment this week:

Today I am thankful for...   DATE / /

1 _____
2 _____
3 _____

Today I am thankful for...   DATE / /

1 _____
2 _____
3 _____

Today I am thankful for...   DATE / /

1 _____
2 _____
3 _____

Today I am thankful for...   DATE / /

1 _____
2 _____
3 _____

Today I am thankful for... DATE / /

1 _____
2 _____
3 _____

Today I am thankful for... DATE / /

1 _____
2 _____
3 _____

Today I am thankful for... DATE / /

1 _____
2 _____
3 _____

A special moment this week:

Today I am thankful for...   DATE   /   /

1 _____
2 _____
3 _____

Today I am thankful for...   DATE   /   /

1 _____
2 _____
3 _____

Today I am thankful for...   DATE   /   /

1 _____
2 _____
3 _____

Today I am thankful for...   DATE   /   /

1 _____
2 _____
3 _____

Today I am thankful for...   DATE / /

1 _____
2 _____
3 _____

Today I am thankful for...   DATE / /

1 _____
2 _____
3 _____

Today I am thankful for...   DATE / /

1 _____
2 _____
3 _____

A special moment this week:

Today I am thankful for...   DATE / /

1 _____
2 _____
3 _____

Today I am thankful for...   DATE / /

1 _____
2 _____
3 _____

Today I am thankful for...   DATE / /

1 _____
2 _____
3 _____

Today I am thankful for...   DATE / /

1 _____
2 _____
3 _____

Today I am thankful for...   DATE   /   /

1 _____
2 _____
3 _____

Today I am thankful for...   DATE   /   /

1 _____
2 _____
3 _____

Today I am thankful for...   DATE   /   /

1 _____
2 _____
3 _____

A special moment this week:

What life experience am I thankful for?

My monthly target:

_____

_____

_____

Who can I support and how:

_____

_____

_____

What do I want to release?

_____

_____

_____

I would like to say thank you to...

_____

_____

_____

Today I am thankful for... DATE / /

1 ___
2 ___
3 ___

Today I am thankful for... DATE / /

1 ___
2 ___
3 ___

Today I am thankful for... DATE / /

1 ___
2 ___
3 ___

Today I am thankful for... DATE / /

1 ___
2 ___
3 ___

Today I am thankful for... DATE / /

1 _____
2 _____
3 _____

Today I am thankful for... DATE / /

1 _____
2 _____
3 _____

Today I am thankful for... DATE / /

1 _____
2 _____
3 _____

A special moment this week:

Today I am thankful for... DATE / /

1 _____
2 _____
3 _____

Today I am thankful for... DATE / /

1 _____
2 _____
3 _____

Today I am thankful for... DATE / /

1 _____
2 _____
3 _____

Today I am thankful for... DATE / /

1 _____
2 _____
3 _____

Today I am thankful for...   DATE / /

1 _____
2 _____
3 _____

Today I am thankful for...   DATE / /

1 _____
2 _____
3 _____

Today I am thankful for...   DATE / /

1 _____
2 _____
3 _____

A special moment this week:

Today I am thankful for... DATE / /

1 _____
2 _____
3 _____

Today I am thankful for... DATE / /

1 _____
2 _____
3 _____

Today I am thankful for... DATE / /

1 _____
2 _____
3 _____

Today I am thankful for... DATE / /

1 _____
2 _____
3 _____

Today I am thankful for... DATE / /

1 _____
2 _____
3 _____

Today I am thankful for... DATE / /

1 _____
2 _____
3 _____

Today I am thankful for... DATE / /

1 _____
2 _____
3 _____

A special moment this week:

Today I am thankful for...   DATE   /   /

1 _____
2 _____
3 _____

Today I am thankful for...   DATE   /   /

1 _____
2 _____
3 _____

Today I am thankful for...   DATE   /   /

1 _____
2 _____
3 _____

Today I am thankful for...   DATE   /   /

1 _____
2 _____
3 _____

Today I am thankful for...   DATE   /   /

1 _____
2 _____
3 _____

Today I am thankful for...   DATE   /   /

1 _____
2 _____
3 _____

Today I am thankful for...   DATE   /   /

1 _____
2 _____
3 _____

A special moment this week:

For what food am I thankful for?

_____

My monthly target:

_____

_____

_____

Who can I support and how:

_____

_____

_____

What do I want to release?

_____

_____

_____

I would like to say thank you to...

_____

_____

_____

Today I am thankful for... DATE   /   /

1 _____
2 _____
3 _____

Today I am thankful for... DATE   /   /

1 _____
2 _____
3 _____

Today I am thankful for... DATE   /   /

1 _____
2 _____
3 _____

Today I am thankful for... DATE   /   /

1 _____
2 _____
3 _____

Today I am thankful for...   DATE   /   /

1 _____
2 _____
3 _____

Today I am thankful for...   DATE   /   /

1 _____
2 _____
3 _____

Today I am thankful for...   DATE   /   /

1 _____
2 _____
3 _____

A special moment this week:

Today I am thankful for...   DATE   /   /

1 _____
2 _____
3 _____

Today I am thankful for...   DATE   /   /

1 _____
2 _____
3 _____

Today I am thankful for...   DATE   /   /

1 _____
2 _____
3 _____

Today I am thankful for...   DATE   /   /

1 _____
2 _____
3 _____

Today I am thankful for... DATE / /

1 _____
2 _____
3 _____

Today I am thankful for... DATE / /

1 _____
2 _____
3 _____

Today I am thankful for... DATE / /

1 _____
2 _____
3 _____

A special moment this week:

Today I am thankful for... DATE / /

1 _____
2 _____
3 _____

Today I am thankful for... DATE / /

1 _____
2 _____
3 _____

Today I am thankful for... DATE / /

1 _____
2 _____
3 _____

Today I am thankful for... DATE / /

1 _____
2 _____
3 _____

Today I am thankful for...   DATE   /   /

1 _____
2 _____
3 _____

Today I am thankful for...   DATE   /   /

1 _____
2 _____
3 _____

Today I am thankful for...   DATE   /   /

1 _____
2 _____
3 _____

A special moment this week:

Today I am thankful for...　　DATE　/　/

1 _____
2 _____
3 _____

Today I am thankful for...　　DATE　/　/

1 _____
2 _____
3 _____

Today I am thankful for...　　DATE　/　/

1 _____
2 _____
3 _____

Today I am thankful for...　　DATE　/　/

1 _____
2 _____
3 _____

Today I am thankful for...   DATE / /

1 _____
2 _____
3 _____

Today I am thankful for...   DATE / /

1 _____
2 _____
3 _____

Today I am thankful for...   DATE / /

1 _____
2 _____
3 _____

A special moment this week:

What technology am I thankful for?

My monthly target:

_____
_____
_____

Who can I support and how:

_____
_____
_____

What do I want to release?

_____
_____
_____

I would like to say thank you to...

_____
_____
_____

Today I am thankful for...   DATE   /   /

1 _____
2 _____
3 _____

Today I am thankful for...   DATE   /   /

1 _____
2 _____
3 _____

Today I am thankful for...   DATE   /   /

1 _____
2 _____
3 _____

Today I am thankful for...   DATE   /   /

1 _____
2 _____
3 _____

Today I am thankful for...   DATE   /   /

1 _____
2 _____
3 _____

Today I am thankful for...   DATE   /   /

1 _____
2 _____
3 _____

Today I am thankful for...   DATE   /   /

1 _____
2 _____
3 _____

A special moment this week:

Today I am thankful for...　　DATE　/　/

1 _____
2 _____
3 _____

Today I am thankful for...　　DATE　/　/

1 _____
2 _____
3 _____

Today I am thankful for...　　DATE　/　/

1 _____
2 _____
3 _____

Today I am thankful for...　　DATE　/　/

1 _____
2 _____
3 _____

Today I am thankful for...   DATE / /

1 _____
2 _____
3 _____

Today I am thankful for...   DATE / /

1 _____
2 _____
3 _____

Today I am thankful for...   DATE / /

1 _____
2 _____
3 _____

A special moment this week:

Today I am thankful for...   DATE   /   /

1 _____
2 _____
3 _____

Today I am thankful for...   DATE   /   /

1 _____
2 _____
3 _____

Today I am thankful for...   DATE   /   /

1 _____
2 _____
3 _____

Today I am thankful for...   DATE   /   /

1 _____
2 _____
3 _____

Today I am thankful for... DATE / /

1 _____
2 _____
3 _____

Today I am thankful for... DATE / /

1 _____
2 _____
3 _____

Today I am thankful for... DATE / /

1 _____
2 _____
3 _____

A special moment this week:

Today I am thankful for...   DATE / /

1 _____
2 _____
3 _____

Today I am thankful for...   DATE / /

1 _____
2 _____
3 _____

Today I am thankful for...   DATE / /

1 _____
2 _____
3 _____

Today I am thankful for...   DATE / /

1 _____
2 _____
3 _____

Today I am thankful for...　　DATE　/　/

1 _____
2 _____
3 _____

Today I am thankful for...　　DATE　/　/

1 _____
2 _____
3 _____

Today I am thankful for...　　DATE　/　/

1 _____
2 _____
3 _____

A special moment this week:

What about my job am I thankful for?

My monthly target:

_____
_____
_____

Who can I support and how:

_____
_____
_____

What do I want to release?

_____
_____
_____

I would like to say thank you to...

_____
_____
_____

Today I am thankful for...　　DATE　/　/

1 _____
2 _____
3 _____

Today I am thankful for...　　DATE　/　/

1 _____
2 _____
3 _____

Today I am thankful for...　　DATE　/　/

1 _____
2 _____
3 _____

Today I am thankful for...　　DATE　/　/

1 _____
2 _____
3 _____

Today I am thankful for...		DATE / /

1 _____
2 _____
3 _____

Today I am thankful for...		DATE / /

1 _____
2 _____
3 _____

Today I am thankful for...		DATE / /

1 _____
2 _____
3 _____

A special moment this week:

Today I am thankful for...   DATE / /

1 _____
2 _____
3 _____

Today I am thankful for...   DATE / /

1 _____
2 _____
3 _____

Today I am thankful for...   DATE / /

1 _____
2 _____
3 _____

Today I am thankful for...   DATE / /

1 _____
2 _____
3 _____

Today I am thankful for...　　DATE　/　/

1 _____
2 _____
3 _____

Today I am thankful for...　　DATE　/　/

1 _____
2 _____
3 _____

Today I am thankful for...　　DATE　/　/

1 _____
2 _____
3 _____

A special moment this week:

Today I am thankful for...   DATE   /   /

1 _____
2 _____
3 _____

Today I am thankful for...   DATE   /   /

1 _____
2 _____
3 _____

Today I am thankful for...   DATE   /   /

1 _____
2 _____
3 _____

Today I am thankful for...   DATE   /   /

1 _____
2 _____
3 _____

Today I am thankful for...   DATE   /   /

1 _____
2 _____
3 _____

Today I am thankful for...   DATE   /   /

1 _____
2 _____
3 _____

Today I am thankful for...   DATE   /   /

1 _____
2 _____
3 _____

A special moment this week:

Today I am thankful for...   DATE / /

1 _____
2 _____
3 _____

Today I am thankful for...   DATE / /

1 _____
2 _____
3 _____

Today I am thankful for...   DATE / /

1 _____
2 _____
3 _____

Today I am thankful for...   DATE / /

1 _____
2 _____
3 _____

Today I am thankful for...   DATE / /

1 _____
2 _____
3 _____

Today I am thankful for...   DATE / /

1 _____
2 _____
3 _____

Today I am thankful for...   DATE / /

1 _____
2 _____
3 _____

A special moment this week:

What book am I thankful for?

_____

My monthly target:

_____

_____

_____

Who can I support and how:

_____

_____

_____

What do I want to release?

_____

_____

_____

I would like to say thank you to...

_____

_____

_____

Today I am thankful for...   DATE   /   /

1 _____
2 _____
3 _____

Today I am thankful for...   DATE   /   /

1 _____
2 _____
3 _____

Today I am thankful for...   DATE   /   /

1 _____
2 _____
3 _____

Today I am thankful for...   DATE   /   /

1 _____
2 _____
3 _____

Today I am thankful for...   DATE / /

1 _____
2 _____
3 _____

Today I am thankful for...   DATE / /

1 _____
2 _____
3 _____

Today I am thankful for...   DATE / /

1 _____
2 _____
3 _____

A special moment this week:

Today I am thankful for...   DATE   /   /

1 _____
2 _____
3 _____

Today I am thankful for...   DATE   /   /

1 _____
2 _____
3 _____

Today I am thankful for...   DATE   /   /

1 _____
2 _____
3 _____

Today I am thankful for...   DATE   /   /

1 _____
2 _____
3 _____

Today I am thankful for...   DATE   /   /

1 _____
2 _____
3 _____

Today I am thankful for...   DATE   /   /

1 _____
2 _____
3 _____

Today I am thankful for...   DATE   /   /

1 _____
2 _____
3 _____

A special moment this week:

Today I am thankful for...   DATE   /   /

1 _____
2 _____
3 _____

Today I am thankful for...   DATE   /   /

1 _____
2 _____
3 _____

Today I am thankful for...   DATE   /   /

1 _____
2 _____
3 _____

Today I am thankful for...   DATE   /   /

1 _____
2 _____
3 _____

Today I am thankful for...   DATE   /   /

1 _____
2 _____
3 _____

Today I am thankful for...   DATE   /   /

1 _____
2 _____
3 _____

Today I am thankful for...   DATE   /   /

1 _____
2 _____
3 _____

A special moment this week:

Today I am thankful for... DATE / /

1 _____
2 _____
3 _____

Today I am thankful for... DATE / /

1 _____
2 _____
3 _____

Today I am thankful for... DATE / /

1 _____
2 _____
3 _____

Today I am thankful for... DATE / /

1 _____
2 _____
3 _____

Today I am thankful for...   DATE   /   /

1 _____
2 _____
3 _____

Today I am thankful for...   DATE   /   /

1 _____
2 _____
3 _____

Today I am thankful for...   DATE   /   /

1 _____
2 _____
3 _____

A special moment this week:

What item that I use daily am I thankful for?

My monthly target:

_____
_____
_____

Who can I support and how:

_____
_____
_____

What do I want to release?

_____
_____
_____

I would like to say thank you to...

_____
_____
_____

Today I am thankful for...   DATE   /   /

1 _____
2 _____
3 _____

Today I am thankful for...   DATE   /   /

1 _____
2 _____
3 _____

Today I am thankful for...   DATE   /   /

1 _____
2 _____
3 _____

Today I am thankful for...   DATE   /   /

1 _____
2 _____
3 _____

Today I am thankful for... DATE / /

1 _____
2 _____
3 _____

Today I am thankful for... DATE / /

1 _____
2 _____
3 _____

Today I am thankful for... DATE / /

1 _____
2 _____
3 _____

A special moment this week:

Today I am thankful for...   DATE / /

1 _____
2 _____
3 _____

Today I am thankful for...   DATE / /

1 _____
2 _____
3 _____

Today I am thankful for...   DATE / /

1 _____
2 _____
3 _____

Today I am thankful for...   DATE / /

1 _____
2 _____
3 _____

Today I am thankful for... DATE / /

1 _____
2 _____
3 _____

Today I am thankful for... DATE / /

1 _____
2 _____
3 _____

Today I am thankful for... DATE / /

1 _____
2 _____
3 _____

A special moment this week:

Today I am thankful for...   DATE   /   /

1 _____
2 _____
3 _____

Today I am thankful for...   DATE   /   /

1 _____
2 _____
3 _____

Today I am thankful for...   DATE   /   /

1 _____
2 _____
3 _____

Today I am thankful for...   DATE   /   /

1 _____
2 _____
3 _____

Today I am thankful for...   DATE   /   /

1 _____
2 _____
3 _____

Today I am thankful for...   DATE   /   /

1 _____
2 _____
3 _____

Today I am thankful for...   DATE   /   /

1 _____
2 _____
3 _____

A special moment this week:

Today I am thankful for...　　DATE　/　/

1 _____
2 _____
3 _____

Today I am thankful for...　　DATE　/　/

1 _____
2 _____
3 _____

Today I am thankful for...　　DATE　/　/

1 _____
2 _____
3 _____

Today I am thankful for...　　DATE　/　/

1 _____
2 _____
3 _____

Today I am thankful for...   DATE / /

1 _____
2 _____
3 _____

Today I am thankful for...   DATE / /

1 _____
2 _____
3 _____

Today I am thankful for...   DATE / /

1 _____
2 _____
3 _____

A special moment this week:

What place am I thankful for?

_____

My monthly target:

_____
_____
_____

Who can I support and how:

_____
_____
_____

What do I want to release?

_____
_____
_____

I would like to say thank you to...

_____
_____
_____

Today I am thankful for...   DATE   /   /

1 _____
2 _____
3 _____

Today I am thankful for...   DATE   /   /

1 _____
2 _____
3 _____

Today I am thankful for...   DATE   /   /

1 _____
2 _____
3 _____

Today I am thankful for...   DATE   /   /

1 _____
2 _____
3 _____

Today I am thankful for...   DATE   /   /

1 _____
2 _____
3 _____

Today I am thankful for...   DATE   /   /

1 _____
2 _____
3 _____

Today I am thankful for...   DATE   /   /

1 _____
2 _____
3 _____

A special moment this week:

Today I am thankful for... DATE / /

1 _____
2 _____
3 _____

Today I am thankful for... DATE / /

1 _____
2 _____
3 _____

Today I am thankful for... DATE / /

1 _____
2 _____
3 _____

Today I am thankful for... DATE / /

1 _____
2 _____
3 _____

Today I am thankful for... DATE / /

1 ___
2 ___
3 ___

Today I am thankful for... DATE / /

1 ___
2 ___
3 ___

Today I am thankful for... DATE / /

1 ___
2 ___
3 ___

A special moment this week:

Today I am thankful for...   DATE   /   /

1 _____
2 _____
3 _____

Today I am thankful for...   DATE   /   /

1 _____
2 _____
3 _____

Today I am thankful for...   DATE   /   /

1 _____
2 _____
3 _____

Today I am thankful for...   DATE   /   /

1 _____
2 _____
3 _____

Today I am thankful for... **DATE** / /

1 _____
2 _____
3 _____

Today I am thankful for... **DATE** / /

1 _____
2 _____
3 _____

Today I am thankful for... **DATE** / /

1 _____
2 _____
3 _____

A special moment this week:

Today I am thankful for...   DATE   /   /

1 _____
2 _____
3 _____

Today I am thankful for...   DATE   /   /

1 _____
2 _____
3 _____

Today I am thankful for...   DATE   /   /

1 _____
2 _____
3 _____

Today I am thankful for...   DATE   /   /

1 _____
2 _____
3 _____

Today I am thankful for... DATE   /   /

1 _____
2 _____
3 _____

Today I am thankful for... DATE   /   /

1 _____
2 _____
3 _____

Today I am thankful for... DATE   /   /

1 _____
2 _____
3 _____

A special moment this week:

GRATITUDE

I'm happy and proud that I've practised 365 days of gratitude.
Perhaps more serenity, positivity, joy, compassion and happiness can already be discovered.

"DON'T TRADE OFF YOUR MENTAL HEALTH AND WELL-BEING FOR: LOVE, MONEY, APPROVAL OR STATUS."

LALAH DELIA